ಗುರುವಿನಿಂದ ಗುರುವಿನ ಪಾದಕ್ಕೆ

ರತ್ನಾಕರ ಹರಿಹರ

Copyright © Ratnakara Harihara
All Rights Reserved.

This book has been self-published with all reasonable efforts taken to make the material error-free by the author. No part of this book shall be used, reproduced in any manner whatsoever without written permission from the author, except in the case of brief quotations embodied in critical articles and reviews.

The Author of this book is solely responsible and liable for its content including but not limited to the views, representations, descriptions, statements, information, opinions and references ["Content"]. The Content of this book shall not constitute or be construed or deemed to reflect the opinion or expression of the Publisher or Editor. Neither the Publisher nor Editor endorse or approve the Content of this book or guarantee the reliability, accuracy or completeness of the Content published herein and do not make any representations or warranties of any kind, express or implied, including but not limited to the implied warranties of merchantability, fitness for a particular purpose. The Publisher and Editor shall not be liable whatsoever for any errors, omissions, whether such errors or omissions result from negligence, accident, or any other cause or claims for loss or damages of any kind, including without limitation, indirect or consequential loss or damage arising out of use, inability to use, or about the reliability, accuracy or sufficiency of the information contained in this book.

Made with ❤ on the Notion Press Platform
www.notionpress.com

ಕೃಷ್ಣಾನಂದ ಗುರೂಜಿ ನೀವೇ ನನ್ನ ಸರ್ವಸ್ವ.

Enter Caption

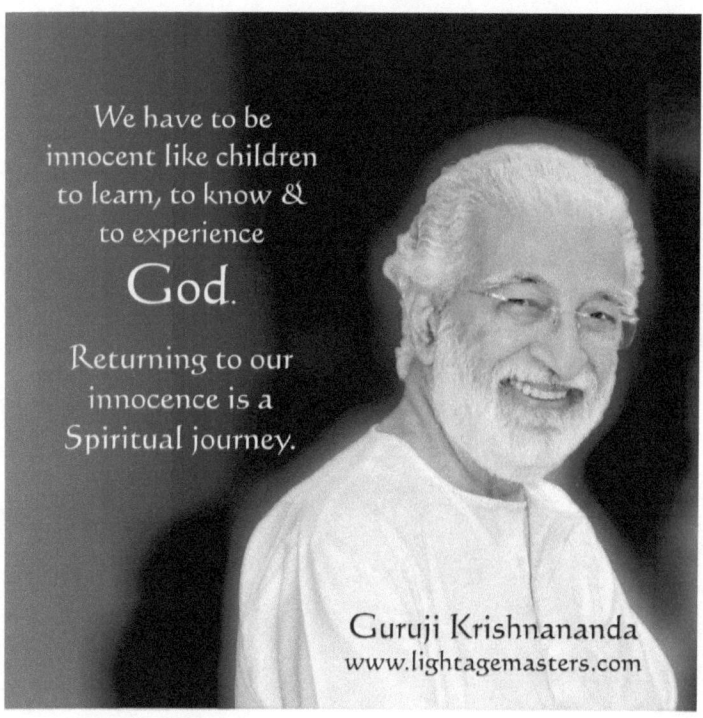

ಮುನ್ನುಡಿ

ಬರಹ ಸುಲಭವಲ್ಲ. ಕಠಿಣ ಪರಿಶ್ರಮ, ಛಲ ಮತ್ತು ಅನುಭವ ಮಾತ್ರ ಒಬ್ಬರನ್ನು ಬರಹಗಾರನಾಗಿಸಬಹುದು . ನನ್ನಲ್ಲಿ ಅದ್ಯಾವ ಗುಣಗಳು ಇಲ್ಲ. ಇದು ನನ್ನ ಪೂಜ್ಯ ಗುರೂಜಿ ಅವರ ಅನುಗ್ರಹ. ಬಹುಷಃ ಓದುಗರು ನನ್ನ ಬರಹದಲ್ಲಿ ಅಪ್ಪೋರ್ಣತೆ ಕಾಣಬಹುದು. ಖಂಡಿತ ಇದು ನನ್ನ ಅಪೂರ್ಣತೆಯೆ ಹೌದು. ನಿಮ್ಮ ಅನಿಸಿಕೆ ನನಗೆ ಬಹುಮಾನ.

ಪ್ರಸ್ತಾವನೆ

ನನ್ನ ಚಿಕ್ಕ ಪ್ರಯತ್ನ, ಹರಸಿ

ಸ್ವೀಕೃತಿಗಳು

ನನ್ನ ಸಾಯಿಗುರು

ಪೀಠಿಕೆ

ಪ್ರೇರಣೆ ನನ್ನ ಸಾಯಿಗುರು

ಗಣಪತಿ

Enter Caption

ಅಮ್ಮ ಅಪ್ಪ ಗುರು ಸ್ನೇಹಿತ ಏನನ್ನಲಿ
ನಿನ್ನಲ್ಲಿರುವ ಆ ಆಕರ್ಷಣೆಗೆ
ಅಪ್ಪಳಿಸುವೆವು ಭೂಮಿಗೆ ಅದರ ಗುರುತ್ವಾಕರ್ಷಣೆಗೆ
ನಿನ್ನ ಅನುಗ್ರಹವೊಂದೇ ಸಾಕು ಮೇಲೇರಲು ಎಲ್ಲ ಜೀವಾತ್ಮಗಳಿಗೆ
ಅದೇನು ನಿನ್ನ ರೂಪ ವಿನಾಯಕ
ಚಾವಡಿ ಕಿವಿ, ಸೂಕ್ಷ್ಮ ಕಣ್ಣು, ಮುರಿದ ದಂತ
ಗುಡಾಣ ಹೊಟ್ಟೆ ತಲೆಯ ಮೇಲೊಂದು ಕಿರೀಟ
ಎರಡು ಕೈಯಲ್ಲೊಂದೊಂದು ಆಯುಧ
ಅಯ್ಯೋ ಪಾಪ ಈ ಭಾರ ಹೊರಳೊಂದು ಪುಟ್ಟ ಇಲಿ
ನಿನಗೆ ಗೊತ್ತೇ ಎದು ಗಣಪತಿ?
ತೇರ್ಗಡೆಯಾಗುವುದಿಲ್ಲ ನೀನು ಈ ಕಾಲದ
ರೂಪದರ್ಶಿ ಆಯ್ಕೆಯ ಮೊದಲ ಸುತ್ತಿನಲ್ಲೇ
ಹೇಳುವರು ಕಾರಣ, ನಿನ್ನನ್ನು ವಿಶ್ಲೇಷಿಸಲು
ಇಲ್ಲ ಇಲ್ಲಿ , ಮನುಷ್ಯ ಮಾಡಿದ ಸಲಕರಣೆಗಳು
ನೀನೆಲ್ಲೂ ಹೋಗಲಿಲ್ಲ ಪ್ರಚಾರಕ್ಕೆ
ವಾದ ಪ್ರತಿವಾದದಲ್ಲಿ ತೊಡಗಿಸಲಿಲ್ಲ ನಿನ್ನನ್ನು
ಕೇಳಲಿಲ್ಲ ಯಾರನ್ನು ಅನುಮೋದಿಸಲು ನಿನ್ನ ಮಹಿಮೆಯ
ಅದೇಗೆ ವಿಘ್ನೇಶ್ವರ ನಿನ್ನ ಅನುಯಾಯಿಗಳು ಪ್ರಪಂಚದಾತ್ಯಂತ?
ಹೇಳುವೆ ಕೇಳು ಗೌರಿಸುತ
ನಾನೊಬ್ಬ ಅಣುವಿನಲ್ಲಿರುವ ಅಣು
ಹರಸು ನನ್ನ ಈ ಚಿಕ್ಕ ಪ್ರಯತ್ನವ
ಅರ್ಥಿಸುವ ನಿನ್ನ ಈ ವಿಚಿತ್ರ ಆಕಾರವ
ಹೇಳುವರು ಈ ಭೂಮಿ ಶಕ್ತಿಗಳ ಭಂಡಾರ
ಪಾಪ ಆ ಭೂಮಿತಾಯಿ ಸಹಿಸುತ್ತಲಿರುವಳು ನಮ್ಮೆಲ್ಲರ ಚೆಲ್ಲಾಟವ
ಬೇಕಲ್ಲವೇ ಒಂದವಕಾಶ ದುಗುಡಗಳನ್ನು ಹೊರಹಾಕಲು
ಒಲೆಯ ಮೇಲಿರುವ ಹಬೆಯ ಪಾತ್ರೆಯ ರಂಧ್ರದ ತರಹ

ಗಣಪತಿ

ಒಂದೊಂದಾಕೃತಿಗೆ ಅದರದೇ ಆದ ವ್ಯಸನಗಳು
ಅಪರೂಪದ ಕಲ್ಮಶ ರಹಿತ ಈ ಸೃಷ್ಟಿಯ ತುಂಬಾ
ನಮ್ಮೆಲ್ಲರ ಭಾವನೆಗಳ ಕಲಬೆರಕೆ
ಯಾರು ನಮಗೆ ದಿಕ್ಕು ಎಂದು ಬೊಬ್ಬಿರಿದಾಗ
ಅವತರಿಸಿದೆ ಗಣೇಶ ನೀನು ನಮ್ಮ ಪರವಾಗಿ
ವಿಚಿತ್ರವಲ್ಲ ನಿನ್ನ ಆಕಾರ ಗಣರಾಯ
ಪ್ರತಿ ವ್ಯಸನಗಳಿಗೂ ದಾರಿ ತೋರುವ ಒಂದು ಸೌಮ್ಯ ರೂಪ
ನೀನಲ್ಲವೇ ಎಲ್ಲ ದೇವತೆಗಳ ಆದ್ಯ ಶಕ್ತಿ
ಅಡಗಿದೆ ನಿನ್ನಲ್ಲಿ ಪ್ರತಿ ಮೊರೆಗೂ ತಕ್ಕಂತೆ ಪರಿಹಾರ
ಅರಿವಾಗುತ್ತಿದೆ ಈಗ ನಿನ್ನ ಮೊಗದಲ್ಲಿ ಕಿರುನಗೆ
ಆ ತೀಕ್ಷ್ಣ ಕಣ್ಣುಗಳಲ್ಲಿನ ಪ್ರಖರತೆ
ಆಶ್ರಯಿಸು ನನ್ನನ್ನು ಎಂತೆನುವ ಚೊಕ್ಕ ಭಾವ
ಅದಕ್ಕಲ್ಲವೇ ಪೂಜಿಸಲ್ಪಡುವೆ ಪ್ರಪಂಚದಾತ್ಯಂತ

1. ದರ್ಜಿ

ಹುಟ್ಟಾಯಿತು ಅರ್ಧ ಬೆಳೆದಾಯಿತು
ಅನುಭವಿಸುತ್ತಿದ್ದೇನೆ ನನ್ನ ಕರ್ಮದ ಫಲ
ನೆತ್ತಿಯ ಮೇಲೆ ಧಹ ಧಹಿಸುವ ಸೂರ್ಯ
ಊಹು ಕಾಡು ಬೇಡಿದರು ನಾ ಅಲ್ಲಾಡಲೊಲ್ಲೆಂದು
ತಟಸ್ಥವಾಗಿರುವ ಮರಗಳು
ಹೆಜ್ಜೆಗೊಂದು ಚೊಂಬು ನೀರನ್ನು
ಕುಡಿಯುವಂತಹ ದಾಹ, ನಡೆಯುತ್ತಲಿದ್ದೆ ಕಷ್ಟದಿಂದ
ಒಂದಾದಮೇಲೊಂದು ಹೆಜ್ಜೆಗಳನಿಡುತ್ತ
ನೋಡಿದೆ ನೋಡುತ್ತಲೇ ಇದ್ದೆ ನಿಲ್ದಾಣದಲ್ಲಿ
ನಿಂತ ಆ ನವ ಯುವತಿಯ
ಕರಗಿತು ಕಾಡುತಿದ್ದ ಆಯಾಸ, ದಾಹ
ಥಟ್ಟನೆ ಬೀಸಿ ತಂಗಾಳಿ ತುಂಬಿತು ನವಚೈತನ್ಯ
ಕೇಳಿಸಿತು ನಾಯಿಗಳ ಬೊಗಳುವಿಕೆ ಕುಹೂ ಕುಹೂ ಎಂದು
ಈರ್ಷೆಗೊಂಡೆ ಬಿಎಂಟಿಸಿ ವಾಹನದ ಮೇಲೆ
ಯಾರಿಗುಂಟು ಕಾಯಿಸಿ ಹತ್ತಿಸಿಕೊಂಡು ಹೋಗುವ ಭಾಗ್ಯ
ಸನ್ಮಾನಿಸಬೇಕೆಂದು ತೀರ್ಮಾನಿಸಿದೆ,
ಅವಳ ಬಟ್ಟೆಯನ್ನು ಹೊಲಿದ ದರ್ಜಿಯನ್ನು
ಮೇಲೆ ಸ್ವಲ್ಪ ಕೆಳಗೆ ಸ್ವಲ್ಪ ಅರ್ಥಗರ್ಭಿತವಾಗಿ
ಅಳತೆಗೂ ಸಿಲುಕದೆ ಬಿಗಿಯಾಗಿ ಹೊಲಿದು
ನನ್ನ ಕನಸುಗಳಿಗೆ ರೆಕ್ಕೆಯನ್ನು ಹಚ್ಚಿದ
ಮಹಾನ್ ವ್ಯಕ್ತಿ ಆ ದರ್ಜಿ

2. ಗುರು ಕೃಷ್ಣಾನಂದ

ನಂಬಿದೆ ವೆಂಕಟರಮಣ ನಿನ್ನ
ಪ್ರತಿರೂಪವಾದ ನನ್ನ ದಿವ್ಯಗುರುವನ್ನು
ಕೇಳಿದಿರಾ ನನ್ನ ಆರ್ತನಾದ
ಗುರು ಕೃಷ್ಣಾನಂದ?
ಕಾರ್ಯಪ್ರವರ್ತರಾಗಿ ಸುಗಮಗೊಳಿಸಿ
ನನ್ನ ಹಾದಿಯ
ಚಿವುಟುತ್ತ ನಾ ಮಾಡುವ ಕರ್ಮಗಳ
ಮೊಳಕೆಯಲ್ಲಿ
ಗಳಿಸಿ ಇನ್ನೊಂದು ಗರಿಕೆಯ ನಿಮ್ಮ
ಮಹಿಮೆಗೆ
ಕೊಂಡೊಯ್ದುದಕ್ಕಾಗಿ ನನ್ನಂತಹ
ಪಾಮರನನ್ನು
(ಗುರುಭ್ಯೋ ನಮಃ)

3. ಯುಗಾದಿ

ಹಿತವಚನೆಗಳು ನಮ್ಮಿಂದ ನಮಗೆ ನುಡಿವ ಹಿತಕರ ವಾಕ್ಯಗಳು
ಇದೋ ಸಾದರಪಡಿಸುವೆ ಯುಗಾದಿಯ ಪರ್ವದಂದು
ನಾ ಗ್ರಹಿಸಿದ ಅರ್ಥೈಸಿದ ಆಚರಣೆಯನ್ನು, ನಿಮ್ಮ ಅನುಮೋದನೆಗಾಗಿ
ಪ್ರತಿವರ್ಷ ಅದೇ ಹಬ್ಬ ಅದೇ ಆಚರಣೆ
ಪುನಃ ಪುನಃ ಅದೇ ಶುಭ ಹಾರೈಕೆಗಳು
ಎನಿಸಿತು ಇದಾಗಿದೆ ವ್ಯಾವಹಾರಿಕ
ನುಸುಳಿತೊಂದು ನನ್ನಲ್ಲಿ ಸಿಹಿ ಸಂದೇಶ
ಯುಗಾದಿಯ ದಿನದಂದು ದೊರಕವುದು
ಮನುಜಕೋಟಿಗೆ ಭೂಮಿಯಲ್ಲಿ ಪರಬ್ರಹ್ಮನ ಆಶ್ವಾಸನೆ
ನಿರ್ಧರಿಸು ದೃಢಪಡಿಸು ನಿನ್ನ ಆತ್ಮ ಬಲವ
ಸಿಹಿ ಕಹಿ ಶುಭ ಹಾರೈಕೆ ಸರಿಯಷ್ಟೆ
ಸಿಹಿ ಫಲ ದೊರಕುವುದು ನಿನಗೆ ಅನ್ಯರಿಂದ
ಅನ್ಯರ ಕಹಿಗೆ ಆಗದಿರು ನೀ ಕಾರಣ

4. ಆಯಿತೇನೋ

ವ್ಯಥಿಸಿದೆ, ಯಾತನೆಗೊಂದೇ, ಚಡಪಡಿಸಿದೆ
ಸಿಗಲಿಲ್ಲ ಆ ಭಾಗ್ಯ ಸಂತೃಪ್ತಿಯಾಗಿ ನಿನ್ನನ್ನು
ನೋಡುವ ೫ ನಿಮಿಷಗಳ ಪುಣ್ಯ
ಅದೇ ಸಾರಿಗೆ ವಾಹನ, ಅದೇ ನಿಲ್ದಾಣ
ಎಷ್ಟು ಜನರಿದ್ದರು ನೀನಿಲ್ಲದೆ ಭಣ ಭಣ
ಧೃಡ ನಿಶ್ಚಯದಂತೆ ಶುರು ಮಾಡಿದೆ ನನ್ನ ಪ್ರಾರ್ಥನೆ
'ನೀನು ನಾಜೂಕಾದ ಕುತ್ತಿಗೆಯನ್ನು ಅಲ್ಲಾಡಿಸಿ ನವಿರಾದ
ಬೆರಳುಗಳಿಂದ ಬಿಗಿ ಹಿಡಿದು ವಾಹನವನ್ನೇರುವ
ಸುಮಧುರ ದ್ರಿಶ್ಯಕ್ಕಾಗಿ
ಆಯಿತು ಪ್ರಾರ್ಥನೆ ಬಲಮುರಿ, ವಿದ್ಯಾ ಬುದ್ದಿ ಗಣಪತಿಯಿಂದ
ಅಷ್ಟ ಗಣಪತಿಯವರೆಗೂ, ಅನುಗ್ರಹಸಿದರು ಸಕಲ
ದೇವಿ ರೂಪಗಳ ಅಮ್ಮನವರು. ಬಿಡಲಿಲ್ಲ ಆ ಅಂಜನೇಯನ
ಪಾದವನ್ನು ಸಹ. ಹೇಳಿದೆ ಪೂಜಾರಿಗೆ ಇಡಿ
ನೀವೇ ಹಣೆ ಬೊಟ್ಟನ್ನು ಕೇಳಿದರು
ಜಾಗವಿಲ್ಲ ಇಡಲೆಲ್ಲಿಈ.
ಬಂದೆ ನನ್ನ ಜಾಗಕ್ಕೆ, ನನ್ನ ನೋಡುವವರ
ಮುಸು ಮುಸು ನಗೆಯನ್ನು ಲೆಕ್ಕಿಸದೆ
ಫಲಿಸಿತು ನನ್ನ ಪ್ರಾರ್ಥನೆ ಕಂಡೆ ನಿನ್ನ
ಮಿಂದೆ, ನೀನು ಚೆಲ್ಲಿದ ಆ ಕಿರುನಗೆಯ ಬೆಳದಿಂಗಳಲ್ಲಿ
ಯುಆಕೋ ಹೆಂಗೈತೆ ಮೈಗೆ? ಏರು ಧ್ವನಿಯ ಮಾತು
ನನ್ನ ಖುಷಿಯ ಭರದಲ್ಲಿ ಅಪ್ಪಿದೆ
ಮತುವನ್ನೆತ್ತಿಕೊಂಡು ಬೇಡುತ್ತಿದ್ದ ಆ ವನಿತೆಯನ್ನು
ಹಸನ್ಮುಖಿಯಾಗಿ ಇಟ್ಟಳು ನಾ ಕೊಟ್ಟ ೫೦೦ ರೂಪಾಯಿ

ರವಿಕೆಯೊಳಗೆ ಆಳವಾಗಿ
ಒಡಿದೆ ತಿರುಗಿ ನೋಡದೆ ನುಡಿದಾಗ ಆ ವನಿತೆ
' ಎ ಹುಡುಗ ಮತ್ತೊಂದು ಸಲ

5. ಸುತ್ತು

ಅರಿತೆವು ಸುತ್ತುವುದು ಈ ಭೂಮಿ ಸೂರ್ಯನ ಸುತ್ತ
ಬಿಡದೆ ಸುತ್ತುವುದು ತನ್ನ ಸುತ್ತ
ನಮಗಾಶ್ರಯ ನೀಡಿದ ಈ ಭೂಮಿಯಂತೆ
ಸುತ್ತುವುದು ನಮ್ಮ ಜೀವನವಲ್ಲವೇ? !
ಬೀಳುವ ಪೆಟ್ಟು ತಪ್ಪಿಸಿಕೊಳ್ಳಲೆಂದೂ
ಸ್ವ ಕಾರ್ಯ ಸಿದ್ಧಿಸಲೆಂದೋ
ಶುರುವಾಗುವುದು ನಮ್ಮ ಜೀವನ
ಸುತ್ತುವುದು,ಅಮ್ಮ ಎಂಬ ಪ್ರಿಥ್ವಿಯ ಸುತ್ತ. !
ಬಾಲ್ಯದಲ್ಲಿ ಅಮ್ಮನ ಪ್ರತಿರೋಪವಾದ ಅಕ್ಕ ತಂಗಿಯರ ಸುತ್ತ
ಬೆಳೆದಾಗ ವಯಸ್ಸಿಗನುಗುಣವಾಗಿ ಹುಡುಗಿಯ ಸುತ್ತ
ಪ್ರೀತಿ ಬೆಳೆಯಲು ಹುಡುಗಿಯ ಜೊತೆ ಮರದ ಸುತ್ತ
ಜೀವನ ಸಂಗಾತಿಯಾಗಲು ಹುಡುಗಿಯ ಜೊತೆ
ಅಗ್ನಿಕುಂಡದ ಸುತ್ತ
ಸಂಸಾರವೆಂಬ ನೌಕೆಯನ್ನು ನಡೆಸಲು
ಹೆಂಡತಿ ಮಕ್ಕಳ ಸುತ್ತ !
ಸುತ್ತಲಿಲ್ಲವೇ ದಿವ್ಯ ಯೋಗಿಗಳು
ಸತತವಾಗಿ ಮನುಷ್ಯನ ಏಳಿಗೆಗಾಗಿ
ಸುತ್ತುವುದೇ ಜೀವನ
ಸ್ವ ಉನ್ನತಿಗಾಗಿ ಸುತ್ತು ತನ್ನ ಸುತ್ತ
ಕೊನೆಗೊಂಡಾಗ ಜೀವನ, ವೀಕ್ಷಿಸು ತಟಸ್ಥನಾಗಿ
ಸುತ್ತುವ ಜನರು ತನ್ನ ಸುತ್ತ

6. ಪದ ಅರ್ಥ

ಎಷ್ಟೊಂದು ಪದಗಳು ಅಷ್ಟೊಂದು ಅರ್ಥಗಳು
ಯಾವುದು ಗುರುವೇ ನಿನ್ನಲರಿಯುವ ಪದ
ಶುರು ಮಾಡಿದೆ ಅರ್ಥಿಸಲು ಒಂದು ಪದ
ಎದುರಾಯಿತು ನನಗೆ ಜಿಜ್ಞಾಸೆ ತಿಳಿಯುವಾಗ
ಒಂದು ಪಾದದಲ್ಲಿ ಅಡಗಿದೆ ಎಷ್ಟೊಂದು ಪದಗಳ ಸಾರ
ಚಡಪಡಿಸಿದೆ ಈ ವಿಜ್ಞಕ್ಕೆ , ನೋಡಿದೆ ತಲೆಯೆತ್ತಿ ಆಕಾಶದೆಡೆಗೆ
ಮಿಂಚಾಗಿ ಹೊಳೆಯಿತು ಆ ಚೇತನದ ಸಲಹೆ
ಪರಿಹರಿಸು ನಿನ್ನ ಅನ್ವೇಷಣೆಯ ಪರಿ
ತಲೆಬಾಗು ಆಶ್ರಯಿಸು ಗುರುವಿನ ಪಾದ
ಅಡಗಿಹುದು ಅಲ್ಲಿ ಎಲ್ಲ ಪದಗಳ ಸಾರ

7. ಹುಡುಕಾಟ

ಚಡಪಡಿಸಿದೆ ಬೆಂಡಾದೆ ಅಲೆದು ಅಲೆದು
ಸಿಗಲಿಲ್ಲ ನನಗೆ ಪರಿಹಾರ
ಹೇಳಿದರು ಹೋಗು ಅವರಲ್ಲಿಗೆ
ಸಿಗುವುದು ಪರಿಹಾರ
ಚಿಕ್ಕ ಪ್ರಾಕಾರ ಚಿಕ್ಕ ಗುಂಪು
ಬಂದರು ಗಡ್ಡಧಾರಿ ತೀಕ್ಷ್ಣ ಕಣ್ಣುಗಳ ವ್ಯಕ್ತಿ
ನನ್ನ ಪಾಲು ಬಂದಾಗ ಕುಳಿತೆ ಅವರ ಮುಂದೆ
ನಾನಂದೆ ನಮಸ್ಕಾರ ಬುದ್ಧಿ
ಕೇಳಿದರು ಏನು ಪರಿಹಾರ ಬೇಕು
ಆಶ್ಚರ್ಯದಿಂದ ಕೇಳಿದೆ ನಿಮಗೆಂಗ್ರಿ ಗೊತ್ತು
ನುಡಿದರು ತಿಳಿವುದು ನೋಡಿದರೆ ನಿನ್ನ ಮುಸುಡಿ
ನೀನೊಬ್ಬ ಶಕ್ತಿಶಾಲಿ ಬುದ್ಧಿವಂತ ಯುವಕ
ಇದೆ ನಿನ್ನಲ್ಲಿ ಎಲ್ಲರಂತೆ ಹೃದಯ, ಮೆದುಳು, ಅರಿವಿಕೆ
ಕಾಯುತ್ತಿದೆ ನಿನಗಾಗಿ ಸುಂದರ ಜಗತ್ತು
ಅಡ್ಡನುಡಿದೆ ಇಲ್ರಿ ಹುಡುಕ್ತಾ ಅವ್ಳಿ ಸಿಕ್ಕಿಲ್ಲ
ಕೇಳಿದರು ಹುಬ್ಬೇರಿಸುತ್ತ ಏನಪ್ಪಾ ಅದು
ತಾರಕ ಧ್ವನಿಯಲ್ಲಿ ನುಡಿದೆ 'ನನ್ನ ಹುಡುಗಿ'
ಸ್ವಯಂ ಸೇವಕರು ಕಳಿಸಿದರು ಹೊರಗೆ
ಕೈಯಲ್ಲಿ ಇತ್ತು ಕೇಸರಿಬಾತ್ ಪ್ರಸಾದ

8. ಬೆಳಕಿನಾಟ

ಜನುಮ ಜನುಮದ ಆರಾಧನೆ ಈ ಜೀವನ
ಇದ್ದೆ ಬೆಳಕಿನ ಸುಖದ ಸುಪ್ಪತ್ತಿನಲ್ಲಿ
ಕಾಡಿ ಬೇಡಿ ಜನಿಸಿದೆ ಅಮ್ಮನ ಜಠರದಲ್ಲಿ
ಅಳುತಲೆ ಉಸಿರಾಡಿದೆ ಮೊದಲಸಲ
ಕ್ಷಣಮಾತ್ರಕ್ಕಾದರೂ ಕಳಚಿತಲ್ಲ ಆ ಬೆಳಕಿನ ಕೊಂಡಿ !
ಜೀವನವೊಂದು ಬೆಳಕಿನ ಆಟ
ಮಂದ ಬೆಳಕು, ತೀಕ್ಷ್ಣ ಬೆಳಕು, ಪ್ರಖರ ಬೆಳಕು
ನನ್ನ ಸ್ವಂತ ಬೆಳಕಿಗೆ ಕೊಟ್ಟು ಪಡೆಯುವ
ಆ ನಟರಾಜನ ಸುಮಧುರ ನಾಟ್ಯ !
ಕೊಡುವ ಪರಿ ಜಾಸ್ತಿಯಾದರೆ
ಪಡೆಯುವ ಭಾಗ್ಯ ಇಮ್ಮಡಿ
ತಿಳಿದರೂ ತಿಳಿಯದವನಾಗಿರುವೆ
ಅರಿತರೂ ಅಜ್ಞಾನಿಯಾಗಿರುವೆ
ಎಲ್ಲಿಯವರೆಗೂ ನೋಡುವೆ ತಟಸ್ಥನಾಗಿ ಓ ದಿವ್ಯ ಬೆಳಕೇ
ಮರಳುವೆ ನಿನ್ನ ಬೆಳಕಿನ ಸುಖದ ಸುಪ್ಪತ್ತಿಗೆಗೆ

೨. ಆ ಜನ್ಮ ಬ್ರಹ್ಮಚಾರಿ

ಅಮ್ಮನ ಮಡಿಲು ಅಪ್ಯಾಯಮಾನ
ಅಕ್ಕ ತಂಗಿಯರ ಒಡನಾಟ ಅತಿ ಅದ್ಭುತ
ಪ್ರತಿಜ್ಞೆ ಮಾಡಿದೆ ಜಾಗವಿಲ್ಲ ಬೇರಾವ ಹೆಂಗಳೆಯರಿಗೆ
ಈ ನನ್ನ ವಿಶಾಲ ಮನಸ್ಸಿನಲ್ಲಿ !
ಸಾರುತ್ತಿದ್ದೆ ಸ್ನೇಹತಿರಿಗೆ ಬೀಳಬೇಡಿ
ಥಳಕು ಬಳುಕಿಗೆ
ಆರಂಭ ಅಲ್ಲಿಂದ ನಿಮ್ಮ ಜೀವನದ ದುಃಖ
ತಲೆಯಾಡಿಸುತ್ತಿದ್ದೆ ಹೌದೆಂದು, ಕೇಳಿದಾಗ
ನೀನೇನು ಆಜನ್ಮ ಬ್ರಹ್ಮಚಾರಿಯೇ?!
ಕರಗಲಿಲ್ಲ ನನ್ನ ದುಂಡು ಕೆನ್ನೆ ದೊಡ್ಡವನಾದಾಗಲೂ
ಮನೆಯಲ್ಲಿ ಪ್ರೀತಿಯ ಜಲಪಾತ ಸುರಿಯುವಾಗ
ಬೆಳೆದೆ ದಷ್ಟಪುಷ್ಟನಾಗಿ!
ಓದಿರಿ ಗಮನವಿಟ್ಟು ನನ್ನ ಜೀವನದ ಸನ್ನಿವೇಶ
ಐದು ನಿಮಿಷವಾದರೂ ನನ್ನನ್ನೇ ನೋಡುತ್ತಿದ್ದಳು
ಆ ಹುಡುಗಿ
ಅಣುಕಿಸುತ್ತಿದ್ದಳು ಅವಳ ಕೆನ್ನೆಯನ್ನು ಉಬ್ಬಿಸಿ
ಕೆಲವೊಮ್ಮೆ ಚಿಕ್ಕ ಬಲೂನನ್ನು ನಾ ನೋಡುತ್ತಲೇ
ಒಡೆಯುತ್ತಿದಳು
ಮೊದಲಿಗೆ ಅಂದುಕೊಂಡೆ ಅವಳೊಬ್ಬ ರಾಕ್ಷಸಿ
ತರುವಾಯ ಅನಿಸಿತು ಅವಳು ಸುಂದರ ರಾಕ್ಷಸಿ
ತಲೆ ಸುತ್ತಲಾರಂಭಿಸಿತು
ಜೀವನ ಅಲ್ಲೋಲಕಲ್ಲೋಲವಾಯಿತು
ನೋಡಿದಾಗ ಅವಳ ನಡೆ ಹಿಂದಿನಿಂದ

ನಾ ತಲೆ ತಗ್ಗಿಸಿದರು, ಮತ್ತೆ ಅವಳೆಡೆ ನೋಡುವಂತೆ
ಮಾಡುವ ಅವಳ ತೀಕ್ಷ್ಣ ಕಣ್ಣುಗಳು
ಏನೋ ಅಸಹನೆ ಅಪೂರ್ಣತೆ
ಅವಳಿಲ್ಲದಾಗ ನನ್ನ ಕಣ್ಣ ಮುಂದೆ
ಸ್ನೇಹಿತರು ಮೊದಲಿಸಿದಾಗ ಸ್ಥಿತಿ ನೋಡಿ ನನ್ನ
ನುಡಿದೆ ನಾ ಆ ಜನ್ಮ ಬ್ರಹ್ಮಚಾರಿ ಈ
ಜನ್ಮದಲಲ್ಲ.

10. ನಡೆ ಮೋಹಕ ನಡೆ

ಬಾರಿಸಿದಳು ನನ್ನ ಕೆನ್ನೆಗೆ
ಚಿಮ್ಮಿಸುತ್ತ ಸಿಡಿಲನ್ನು ಕಣ್ಣುಗಳಿಂದ
ಚುರುಕ್ಕಂದರು ನನ್ನ ಕೆನ್ನೆ
ಹಿತವಾಗಿತ್ತು ಅವಳ ಹಸ್ತದ ಸ್ಪರ್ಶ
ನೀವೇ ಹೇಳಿ ನನ್ನದೇನು ತಪ್ಪಿದೆ
ಹೋಗುತ್ತಿದ್ದೆ ಅವಳ ಹಿಂದೆ ನನ್ನ ಪಾಡಿಗೆ
ಒಮ್ಮೆ ಉತ್ತರದಿಂದ ದಕ್ಷಿಣಕ್ಕೆ
ಮತ್ತೊಮ್ಮೆ ಪೂರ್ವದಿಂದ ಪಶ್ಚಿಮಕ್ಕೆ
ವೃತ್ತಾಕಾರದಲ್ಲಿ ಮೋಹಕವಾಗಿ ತಿರುಗುವ ಅವಳ ಸೊಂಟ
ಅನಿಸಿತು ಯಾವ ಭಾರವನ್ನು ಹೋರುತ್ತಾ
ಕಷ್ಟಪಡುತ್ತಿದ್ದಾಳೆ ಇವಳೆಂದು
ಮುಂದೆ ಹೋಗಿ ನೆಟ್ಟ ನೋಟದಲ್ಲಿ ನೋಡಿದೆ
ಆ ಭಾರವನ್ನು ತಿಳಿಗೊಳಿಸಲ್ಲೆಂದು
ನೀವೇ ಹೇಳಿ ನನ್ನದೇನು ತಪ್ಪಿದೆ

11. ಶಿರಡಿಯ ಸಂತ

ಯಾರು ಯಾರಿಗೆ ಕಾದಿಹರು
ನನಗೆ ನೀನೋ ನಿನಗೆ ನಾನೋ
ಗೆಳೆಯನೇ, ಸಖನೇ, ತಂದೆಯೇ
ಯಾವ ಪಾತ್ರ ನಿನ್ನದು?
ಬಂದೆ ನೀನು ಅನಾಥನಾಗಿ
ವ್ಯಥಿಸಲಿಲ್ಲ ನೀನು ಮೊದಲಿಸಿದರು
ನೀನು ಭಿಕಾರಿಯಂದು
ಧನ್ಯರವರು ನೋಡಿದಾಕ್ಷಣ ನಿನ್ನ
ಕರೆದರೂ ಪ್ರೀತಿಯಿಂದ ಬಾ ಎಂದು
ಕ್ಷಮಿಸು ತಿಳಿಯದು ನಮಗೆ
ನಿನ್ನ ಬೆಳಕಿನ ಪ್ರಖರತೆ
ಇಳಿಯಬೇಕಾಯಿತು ನಿನ್ನ ಸಿಂಹಾಸನದಿಂದ
ನಮ್ಮೊಡನಿರಲು ತಿಳಿಹೇಳಲು ನಮಗೆ
ನಿನ್ನ ಮಹಿಮೆಯನ್ನು
ತಟಸ್ಥನಾದರೂ ಚೆಲ್ಲಿದೆ ಮಂದಹಾಸದ ಬೆಳಕನ್ನು
ಕ್ಷಣಮಾತ್ರದಲ್ಲಿ ಚೆಲ್ಲಿದೆ ಕೆಂಡದಂಥ ಬೆಂಕಿಯನ್ನು
ಅರಿತೆವು ತದನಂತರ ನಿನ್ನಾಟದ ಪರೋಪಕಾರವನ್ನು
ನೀನಿಲ್ಲ, ನೀನಿಲ್ಲಿರುವೆ, ಎಲ್ಲೆಲ್ಲೂ ಇರುವೆ
ಪರಿಶ್ರಮವೇಕೆ ನಿನಗೆ ನಮ್ಮಿಂದ
ಕುಳಿತಿರು ಸಿಂಹಾಸನದ ಮೇಲೆ ಮಂದಹಾಸನಾಗಿ
ಅನುಭವಿಸು ನಮ್ಮೆಲ್ಲರ ಪ್ರೀತಿಯ ಸತ್ಕಾರವ

12. ಜೀವನಾನಂದ

ಅವನು ಅವಳು ಅವರಿಬ್ಬರೂ
ಆದರು ಅವರಿಬ್ಬರು ಅನುಯಾಯಿಗಳು
ಆಯಿತು ಅವರಿಬ್ಬರಲ್ಲಿ ಆಕಸ್ಮಿಕ ಅನುರಾಗ
ಆರೋಹಣಕ್ಕೇರಿತು ಅವರಿಬ್ಬರ ಆಕರ್ಷಣೆ
ಅಂತಿಮವಾಗಿ ಅವರಾದರೂ ಅಜೀವಪರ್ಯಂತ ಅನುಯಾಯಿಗಳು
ಅವರಿಗಿತ್ತು ಆರಂಭದಲ್ಲಿ ಅತಿಯಾದ ಅಂಟುತನ
ಅಪ್ಯಾಯಮಾನವಾಗಿತ್ತು ಅವರಿಬ್ಬರಿಗೆ ಆ ಆಕರ್ಷಣೆ
ಆ ಅನುರಾಗ ಅಸಾಮಾನ್ಯವೆಂದು ಅನಿಸಲಿಲ್ಲ ಅವರಿಗೆ
ಅಷ್ಟೊಂದು ಅವಧಿಗಳಾದರು ಅದಾಯಿತು ಅವರಿಗೆ ಅರೆಕ್ಷಣ
ಅನುಭವಿಸಿದರು ಅವರಿಬ್ಬರು ಅತ್ಯುತ್ತಮ ಆನಂದ

13. ಬಾ ಸಾಯಿನಾಥ

ಯಾರು ಯಾರಿಗೆ ಕಾದಿಹರು
ನನಗೆ ನೀನೋ ನಿನಗೆ ನಾನೋ
ಗೆಳೆಯನೇ, ಸಖನೇ, ತಂದೆಯೇ
ಯಾವ ಪಾತ್ರ ನಿನ್ನದು?

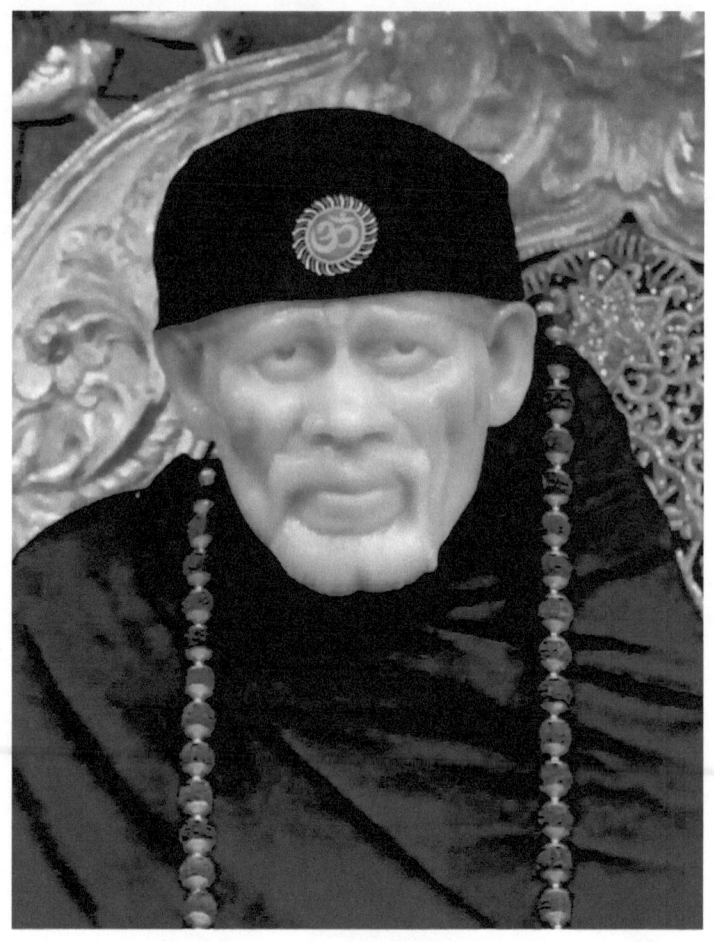

Enter Caption

ಬಂದೆ ನೀನು ಅನಾಥನಾಗಿ
ವ್ಯಥಿಸಲಿಲ್ಲ ನೀನು ಮೊದಲಿಸಿದರು
ನೀನು ಭಿಕಾರಿಯಂದು

ಧನ್ಯರವರು ನೋಡಿದಾಕ್ಷಣ ನಿನ್ನ
ಕರೆದರೂ ಪ್ರೀತಿಯಿಂದ ಬಾ ಎಂದು
ಕ್ಷಮಿಸು ತಿಳಿಯದು ನಮಗೆ
ನಿನ್ನ ಬೆಳಕಿನ ಪ್ರಖರತೆ
ಇಳಿಯಬೇಕಾಯಿತು ನಿನ್ನ ಸಿಂಹಾಸನದಿಂದ
ನಮ್ಮೊಡನಿರಲು ತಿಳಿಹೇಳಲು ನಮಗೆ
ನಿನ್ನ ಮಹಿಮೆಯನ್ನು
ತಟಸ್ಥನಾದರೂ ಚೆಲ್ಲಿದೆ ಮಂದಹಾಸದ ಬೆಳಕನ್ನು
ಕ್ಷಣಮಾತ್ರದಲ್ಲಿ ಚೆಲ್ಲಿದೆ ಕೆಂಡದಂಥ ಬೆಂಕಿಯನ್ನು
ಅರಿತೆವು ತದನಂತರ ನಿನ್ನಾಟದ ಪರೋಪಕಾರವನ್ನು
ನೀನಿಲ್ಲ, ನೀನಿಲ್ಲಿರುವೆ, ಎಲ್ಲೆಲ್ಲೂ ಇರುವೆ
ಪರಿಶ್ರಮವೇಕೆ ನಿನಗೆ ನಮ್ಮಿಂದ
ಕುಳಿತಿರು ಸಿಂಹಾಸನದ ಮೇಲೆ ಮಂದಹಾಸನಾಗಿ
ಅನುಭವಿಸು ನಮ್ಮೆಲ್ಲರ ಪ್ರೀತಿಯ ಸತ್ಕಾರವ

14. ಸಾಯಿರಾಂ

ನಿರ್ಮಿಸಿದೆ ನೀನೆ
ಆಸೆಗೊಂಡೆ ನಾನೇ
ತಿಳಿಹೇಳಲು ನೀನು
ಹೇಳಿದೆ ಬರುವೆ ಕ್ಷಣಮಾತ್ರದಲ್ಲಿ !
ನುಂಗಿತು ನೀರ ಕುಡಿಯಿತು
ನನ್ನನ್ನು ನಿನ್ನ ಸೃಷ್ಟಿ
ಮರೆಯುವಂತೆ ಮಾಡಿದಳು
ಆ ದಿವ್ಯ ಮಾಯೆ
ನನ್ನದಲ್ಲ ತಪ್ಪು ನಿನ್ನದೇ !
ಹೌದು ಬಂದಿರುವೆ ಸ್ವತಃ
ಇರುವೆ ನೀನು ಅನವರತ
ತಿಳಿಯಪಡಿಸು ನಿನ್ನ ಅರಿವಿಕೆ ನನಗೆ
ಮುಳುಗಿದಾಗ ಸೃಷ್ಟಿಯಾಟದಲ್ಲಿ
ನನ್ನದಲ್ಲ ತಪ್ಪು ನಿನ್ನದೇ !
ಕೇಳಿಸದೇ ನನ್ನ ಆರ್ತನಾದ?
ಕ್ಷಣಮಾತ್ರವಾದರೂ ಕಿವಿಗೊಡು
ಕೇಳಿಸುವುದು ನನ್ನ ಕ್ಷೀಣ ಧ್ವನಿ
ಕರ್ತವ್ಯವಲ್ಲವೇ ನಿನ್ನದು
ಓ ಬಂಧು ಬಳಗ ತಂದೆ ತಾಯಿ ಸರ್ವಸ್ವ
ನನ್ನದಲ್ಲ ತಪ್ಪು ನಿನ್ನದೇ!
ಅನಿಸುತಿದೆ ಯಾಕೋ ಇಂದು
ಬಹು ಜನ್ಮದ ಪೂಜಾ ಫಲ
ನೀನೇನೆ ನನ್ನವನೆಂದು

ಪ್ರಕಟಗೊಳ್ಳು ನನ್ನ ಎಲ್ಲ ಕರ್ಮದಲ್ಲಿ
ಬೆರಳಿಡುವರು ಜನ ಮೂಗಿನ ಮೇಲೆ
ನನ್ನದಲ್ಲ ಪ್ರತಿಭೆ ನಿನ್ನದೇ!
ತಂದೆ ಈ ಆಲೋಚನೆಯನ್ನು ನೀನೆ
ಒಂದು ಕೇಂದ್ರ ಬಿಂದುವಲ್ಲವೇ ಎಲ್ಲದರ ಮೂಲ
ಶಕ್ತ್ಯಾನುಸಾರ ಪಸರಿಸುವುದು ಬಿಂದುವಿನ ಶಕ್ತಿ
ಪ್ರಯತ್ನಿಸಿದೆ ಒಟ್ಟುಗೂಡಿಸಲು
ಎಲ್ಲೆಡೆ ಹರಡಿದ ನಿನ್ನ ಮಹಿಮೆ
ಆರಂಭವಾಗುವುದು ನಿಶ್ಚಯ
ನಿನ್ನ ಪಾದದಡಿಯಿಂದ
ಊಹಿಸಲಸಾಧ್ಯದ ಬೆಳಕಿನ ಶಕ್ತಿ
ಅಡಗಿದೆ ಅಲ್ಲಿ
ನೀಡು ಅನುಮತಿಯನ್ನು ಮೀಯಲು
ನಿನ್ನ ಬೆಳಕಿನ ಪ್ರಖರದಲ್ಲಿ
ಪರಿಹರಿಸು ನಿನ್ನ ದಿವ್ಯ ಪಾದದಡಿ
ನಾನು ನನ್ನದೆಂಬ ಅಹಂಕಾರವನು
ಸಾಯಿರಾಂ

15. ನಾನು ನೀನು

ನಾನು ನಾನು ನೀನು ನೀನು
ಅನುಭವವಿಲ್ಲದ ನಾನು
ಪೂರ್ಣತೆಯ ಜ್ಞಾನಿ ನೀನು
ಬೇಡವೆನಗೆ ಈ ನಾನು ನೀನು
ಬೇಕೆನಗೆ ನನ್ನಲ್ಲಿ ನೀನು ನಿನ್ನಲ್ಲಿ ನಾನು

16. ಮುತ್ತು ಗಿತ್ತು

ಇಲ್ಲ ಇಲ್ಲ ಇಂದಿಗೂ ಇಲ್ಲ
ನುಡಿದಳು ನನ್ನ ಹುಡುಗಿ ತಲೆಯಾಡಿಸುತ್ತಾ
ಪೀಡಿಸಬೇಡ ನನಗಿಷ್ಟವಿಲ್ಲ ಈ ಮುತ್ತು ಗಿತ್ತು
ಹುಬ್ಬೇರಿಸಿದಳು ನನ್ನ ಮಾತು ಕೇಳಿ
ಬಿಟ್ಟೆ ಎರಡರಲ್ಲಿ ಒಂದನು
ಬೇಡ ನನಗೆ ಗಿತ್ತು ಕೊಡು ಇನ್ನೊಂದನು
ಕಮರಿತು ಅಸೆ ಬತ್ತಿದ ಕೆರೆಯಂತೆ
ಕೇಳಿದಾಗ, ಆಯ್ದುಕೊ ಬಲಗೆನ್ನೆಯೋ ಎಡಗೆನ್ನೆಯೋ
ಮೂಡಿಸಲೆಲ್ಲಿ ನನ್ನ ಬೆರಳುಗಳ ನಕ್ಷೆ

17. ವಿಶ್ವಾಮಿತ್ರ ಮಹರ್ಷಿ

ಅನವರತ ಕೇಳುತ್ತಲಿರುವೆ ಸ್ವರ್ಗ
ತಿಳಿಯದೇನೆಂದು ಸ್ವತಃ
ತಲುಪಿದವರು ಅನುಭವಿಸುತ್ತಲಿರುವವರು
ಯಾಕೆ ಬರುವರು ನಾನಿರುವ ಕೂಪಕ್ಕೆ
ವರ್ಣಿಸಲು ಸ್ವರ್ಗ!
ಅರ್ಥಶಃ ಬಣ್ಣಿಸಿದರೆ ನಾನಿರುವೆ ಸ್ವರ್ಗದಲ್ಲಿ
ತ್ರಿಶಂಕು ಸ್ವರ್ಗದಲ್ಲಿ
ತಲೆಯವರೆಗೂ ನನ್ನ ಕರ್ಮದ ವೃತ್ತದಲ್ಲಿ
ತುದಿಯಲ್ಲಿ ಗೋಚರಿಸುವುದು ದಿವ್ಯ ಬೆಳಕು
ಅದೆಷ್ಟು ಜನ್ಮವೋ ನನ್ನನ್ನು ನಾನೇ ಮೇಲೆತ್ತಲು
ಬ್ರಹ್ಮ ಜ್ಞಾನಿ ವಿಶ್ವಾಮಿತ್ರ ಮಹರ್ಷಿಯೇ
ನಾನೊಂದು ಗೋಲಿ ನಿನ್ನ ಬೆರಳಿನ ತುದಿಗೆ
ಚಿಮ್ಮಿಸು ನನ್ನನ್ನು ಬೆಳಕಿನೆಡೆಗೆ
ಅನುಭವಿಸುವೆ ಅನವರತ ನಿನ್ನ
ಜ್ಞಾನದ ಬೆಳಕಿನ ಪರಮಾನಂದವನು

18. ಈ ಕ್ಷಣ

ಈ ದಿನ, ಈಗ, ಈಕ್ಷಣ ಒಂದಾಗಬೇಕು
ನನ್ನಲ್ಲಿ ಹುದುಗಿರುವ ಆ ಅಂಶ
ಸರ್ವವ್ಯಾಪಿ ದಿವ್ಯ ಚೇತನದ ಜೊತೆಗೆ
ಆ ಒಂದು ಕ್ಷಣ ಮಾಡುವುದು
ಸಂಪೂರ್ಣ ಮಾರ್ಪಾಡು ನನ್ನಲ್ಲಿ
ನಾನಿರುವ ಜಗತ್ತಿನಲ್ಲಿ

19. ಸರ್ವೇ ಜನಾಃ.......

ಸರ್ವೇ ಜನಾಃ ಸುಖಿನೋ ಭವಂತು
ಪ್ರಾರ್ಥನೆಯಿದು ಸರ್ವ ಜನರಿಗಲ್ಲ
ಪ್ರೇರೇಪಿಸುವುದು ನನ್ನನ್ನು
ಯೋಗ್ಯನಾಗಲು ವ್ಯವಹರಿಸಲು
ಸರ್ವ ಜನರ ಸುಖ ಶಾಂತಿಗಾಗಿ

20. ತನ್ನತನ ?

ಕಾಪಾಡಿಕೊಳ್ಳಬೇಕು ತನ್ನತನ
ಹುಟ್ಟುವುದು ಪ್ರಶ್ನೆ ಏನಿದು
ಜನಿಸಿದೊಡನೆ ಇರುವ ನಿರ್ಮಲ ಸ್ಫಟಿಕ
ಭಾವ ಭಾವನೆಯು ತನ್ನತನವೇ?
ಮಗು ನೋಡುವುದು ನಗುವುದು ತಿಳಿಯುವರು
ನನ್ನಿಂದ ನನಗಾಗಿ
ತಿಳಿದೋ ತಿಳಿಯದೆಯೋ ಮೂಡಿಸುವರು
ತಿಳಿಯಾದ ಮಗುವಿನ ಮನಸ್ಸಿನಲ್ಲಿ
ಸ್ವಂತ ಭಾವನೆಗಳ ಅನುಭವಗಳ ಛಾಪು
ಕ್ಷೀಣಿಸುವುದು ದೈವ ದತ್ತ ನಿರ್ಮಲ ಭಾವ
ಆಕ್ರಮಿಸುವುದು ಕ್ಷಣಿಕ ವಿಚಾರ ವಿಹೀನ ಭಾವ
ಮಾರ್ಗವಿಹುದು ಪುನರ್ ಪಡೆಯಲು
ತರಂಗಗಳಿಲ್ಲದ ಮನಸ್ಸು!
ಕಾಯಬೇಕು ಸರ್ವಾಂತರಯಾಮಿಯ ಕೃಪೆಗಾಗಿ
ಕಾಯದೆ ಪಡೆ ಸ್ವಚ್ಛ ಮನಸ್ಸು
ತಲೆಬಾಗು ಶಿರಸಾನಮಿಸು ನಮ್ಮಲ್ಲೇ ಇರುವ
ದೈವಸಂಭೂತ ಗುರುವಿನ ಪಾದಕ್ಕೆ

21. ಎಲ್ಲಿಗೋಡುವೆ?

ಎಲ್ಲಿಗೋಡುವೆ ಏನೀ ಅವಸರ
ಯಾಕೀ ಚಡಪಡಿಕೆ
ಹೇಳಿಕೊಳ್ಳುವೆ ನನಗೆ ನಾನೇ ಪದೇ ಪದೇ
ಅವಸರವಿಲ್ಲ ಬ್ರಾಂಹೀ ಮಹೂರ್ತಕ್ಕೆ
ಆಗುವುದು ನಿಧಾನವಾಗಿ ಮಂದ ಬಿಸಿಲು ಸುಡು ಬಿಸಿಲು
ಕಾಯುವುದು ಸಾಗರ ತಾಳ್ಮೆಯಿಂದ
ಸಂಭ್ರಮಿಸಲು ಉಕ್ಕಿಸಿ ತನ್ನ ಅಲೆಗಳನ್ನು
ನಾಚಿ ನೀರಾದ ಸೂರ್ಯ ತನ್ನಲ್ಲೇ ನಿದ್ರಿಸಲು
ಹದಿ ಹರಯದ ಅನುಭವಗಳು ಹಲವಾರು
ಅನಿಸುವುದು ಪ್ರತಿ ದಿನ ಯುಗಗಳಾಯಿತು
ನನ್ನ ಪ್ರೀತಿಯ ಗೆಳತಿ ಬರುವವರೆಗೂ
ಬೀಳ್ಕೊಡುವಾಗ ಬೇಸರಿಸುತ್ತಿದ್ದೆ ಇಷ್ಟು ಬೇಗ
ಕಾಲ ಸ್ವತಂತ್ರ ಯಾರ ಅಧೀನದಲ್ಲಿಲ್ಲ
ಸರಿಹೊಂದಿಸಿದರೆ ನನ್ನ ಗತಿಯನ್ನು ಕಾಲದೊಂದಿಗೆ
ಇರುವುದಿಲ್ಲ ಚಿಂತೆ ಅಸಹನೆ
ಶೀಘ್ರದಲ್ಲಿ ಫಲಿಸುವುದು ಪ್ರಯತ್ನಗಳು
ನಿರ್ಮಿಸುವೆವು ಕೋಟೆಯ ಬರಲಾರದಂತೆ
ರೋಗ ರುಜಿನಗಳು

22. ಹುಚ್ಚ

ನೋಡಲ್ಲಿ ಹುಚ್ಚ ಅರೆ ಹುಚ್ಚ
ಕೊಡವಿಕೊಂಡೆ ಇರುವ ಅಲ್ಪ ಸ್ವಲ್ಪ ಬುದ್ಧಿಯನ್ನು
ಇಹುದೇ ಹುಚ್ಚತನದಲ್ಲಿ ಅರೆ ಅಲ್ಲ ಪೂರ್ತಿ
ಪಟ್ಟಿ ಕಟ್ಟುವ ನಾವು ಅರಿತಿರಬೇಕಲ್ಲವೇ ಹುಚ್ಚತನದ ಅಂಶವನ್ನು
ಅರಿತರೆ ನಾವಾಗಲಿಲ್ಲವೇ ಅರೆ ಇಲ್ಲ ಪೂರ್ತಿ ಹುಚ್ಚ
ನಮ್ಮ ಅರಿವಿಕೆಗೆ ಎಟುಕದ ಭಾವನೆಗಳು
ಹುಚ್ಚತನವೇ ಎಂದರೆ
ಉದ್ಭವಿಸುವುದು ಪ್ರಶ್ನೆ ಇಲ್ಲಿರುವ ನಾವೆಲ್ಲರೂ
ಹುಚ್ಚರೇ ಸರಿ.

23. ಮದ್ಯದಂಗಡಿ

ಥಳಕು ಥಳಕು ಬೆಳಕಿನಾಟ
ಕೆಂಪು ಹಳದಿ ನೀಲಿ ಕಣ್ಣು ಕುಕ್ಕುವ ಬೆಳಕು
ಬೆಳಕು ಬೀಸಿ ಕರೆಯುತ್ತಿದೆ ಗ್ರಾಹಕರನ್ನು
ಹೆಜ್ಜೆ ಇಟ್ಟರೆ ಒಳಗೆ, ನಾಟ್ಯದ ಶೈಲಿಯ
ಬಳುಕುವ ಬಣ್ಣದ ಶೀಸೆಗಳು
ನಾಚಿ, ಬಾ ನನ್ನನ್ನು ತೆರೆ ಎಂದು ಕರೆಯುವಂತಿದೆ
ಖರೀದಿಸಿ ನಾಜೂಕಾಗಿ ಎದೆಗೆ ಒತ್ತಿ ಕುಳಿತರೆ
ಸುತ್ತಲೂ ಕುಳಿತ ಅಪರಿಚಿತ ಜನರು
ಜನುಮ ಜನುಮ ಸಂಬಂಧದಂತೆ
ಹಸನ್ಮುಖರಾಗಿ ಕರೆಯುವರು ಬಾ ಎಂದು
ಕುಳಿತು ಕಳೆಯುವ ಸಮಯ ಅತಿ ಅಪ್ಯಾಯಮಾನ
ಹೊರಗೆ ಬಂದರೆ ಜಗತ್ತೆಲ್ಲವೂ ಥಳಕು ಬಳುಕು
ಯಾವುದಕ್ಕಿದೆ ಪ್ರಪಂಚದಾದ್ಯಂತ ಕೊಡುವ ಇಷ್ಟೊಂದು ಪ್ರೀತಿ
ಅಂದಿಗೂ ಇಂದಿಗೂ ಎಂದೆಂದಿಗೂ ನಮ್ಮೆಲ್ಲರ
ಪ್ರೀತಿಯ ಮದ್ಯದಂಗಡಿ

24. ಗೆಳತಿ

ತರವಲ್ಲ ನಿನಗೆ ಗೆಳತಿ
ನಿನ್ನ ಜಂಭ ಅತಿಯಾದ ಹೆಮ್ಮೆ,
ಗೊತ್ತು ನನಗೆ, ಅಣಗಿಸಲ್ಲೆಂದೆ
ಈ ನಿನ್ನ ಹಾವಭಾವ
ನನಗೆ ಕೊಡದಿದ್ದರೂ ಆಶ್ರಯ
ಆ ನಿನ್ನ ಮಿನುಗುವ ಕಣ್ಣಿನಲ್ಲಿ!
ಜಗತ್ತನ್ನೇ ಪ್ರಸನ್ನಗೊಳಿಸುವ
ಆ ನಿನ್ನ ಮಂದಹಾಸದಲ್ಲಿ!
ವೃತ್ತಾಕಾರದ ಭೂಮಿಯ ಚಲನವನ್ನು
ಧೃತಿಗೆಡಿಸುವ ನಿನ್ನ ನಡೆಯಲ್ಲಿ!
ಒಮ್ಮೆಯಾದರೂ ಪಾವನಗೊಳಿಸು ನಿನ್ನ
ಕಿರುಬೆರಳ ಸೋಂಕಿಸಿ!
ನೇತುಹಾಕು ನನ್ನನು
ತೂಗುಯ್ಯಾಲೆಯಂತೆ ಮತಿಗೆಡಿಸುವ
ಆ ನಿನ್ನ ಜಡೆಯ ತುದಿಯಲ್ಲಿ!

25. ಓ ದಿವ್ಯ ಬೆಳಕೇ

ನಾನೀ ದೇಹ ನೀ ನನ್ನ ಆತ್ಮ
ಇರುವೆ ನಾ ಇಲ್ಲೇ ಇರುವೆ ನೀ ಎಲ್ಲೆಡೆ
ತಿಳಿಯದು ನನಗೆ ನಾನೇ , ಅರಿತಿರುವೆ ಹೇಗೆ ನೀ ಎಲ್ಲ
ನನ್ನ ಹೆಜ್ಜೆ ನನ್ನ ನೆರಳು, ನೀನೆ ಹೆಜ್ಜೆ ನೀನೆ ನೆರಳು
ಹುಡುಕಾಡುತ್ತಿರುವೆ ಎಲ್ಲಿರುವೆ ನಾನು
ಸ್ಥಿತಪ್ರಜ್ಞ ನೀನು
ಕಣದಲ್ಲಿ ನಾನು, ಅಣು ಅಣುವಿನಲ್ಲಿ ನೀನು
ಅಲ್ಪ ಜ್ಞಾನಿ ನಾನು, ಜ್ಞಾನವೇ ನೀನು
ಯಾಕೆ ಕರುಣಿಸಿದೆ ನನಗೆ ಸ್ವತಂತ್ರ
ತಿಳಿದರು ತಿಳಿಯದವನಾಗಿರುವೆ
ಇದ್ದರೂ ನೀ ಎಟುಕದವನಾಗಿರುವೆ
ತಡೆಯಲಾರೆ ನಿನ್ನ ವಿಶ್ವರೂಪ
ಕರುಣಿಸು ಅದರ ಒಂದಂಶವನು

26. ರಂಧ್ರಗಳು

ರಂಧ್ರಗಳು ಹಲವಾರು ನನ್ನ ದೇಹದಲ್ಲಿ
ಕಲ್ಮಶಗಳನ್ನು ಹೊರಹಾಕಲು
ನೂರಾರು ರಂಧ್ರಗಳು ನನ್ನ ಮನಸ್ಸಿನಲ್ಲಿ
ದುಗುಡ ದುಮ್ಮಾನ ಮತ್ತೆಲ್ಲವನು ಹೊರಹಾಕಲು
ಯಾಕೆ ಬರೀ ಹೊರಹಾಕಲು?
ಮಾಡಬೇಕೇನು ನಾನು?
ಗ್ರಹಿಸಲು ಸ್ವೀಕರಿಸಲು ಆ ದೇವಿಯ
ಕರುಣೆ, ವಾತ್ಸಲ್ಯ, ಶಕ್ತಿ
ಅದೇ ರಂಧ್ರಗಳ ಮೂಲಕ

27. ನಿಬ್ಬೆರಗಾಗಿ

ನಿಬ್ಬೆರಗಾಗಿ ನೋಡುತ್ತಿದೆ ಯಾವಾಗಲೂ ಆ ಚಿತ್ರಪಟವನ್ನು
ಯಾಕೆ ಮೊದಲು ರಾಧೇ ಆಮೇಲೆ ಕೃಷ್ಣ, ಮೊದಲು ಪಾರ್ವತಿ ಆಮೇಲೆ
ಪರಶಿವ, ಮೊದಲು ಸರಸ್ವತಿ ಆಮೇಲೆ ಬ್ರಹ್ಮ
ಗೋಣಗಿದೆ ನನ್ನಲ್ಲೇ ಮಾಡಿದ್ದೆಲ್ಲವೂ ಪುರುಷ ಪ್ರಧಾನ ಶಕ್ತಿ
ಮತ್ತೇಕೆ ನೆರಳಾಗಿ ಸಹವರ್ತಿಯಾಗಿ ಆ ಸ್ತ್ರೀ ಶಕ್ತಿ
ನುಡಿಯಿತು ನನ್ನಲ್ಲಿದ್ದ ಒಂದು ಅಶರೀರವಾಣಿ
ಹೇಳಿತು ನನಗೆ ಸಮಾಲೋಚಿಸು ಒಂದು ಬಾರಿ
ಚಿತ್ರಪಟದ ಒಳಗಿರುವ ಆ ರಹಸ್ಯ
ಅಡಗಿದೆ ನಿನ್ನಲ್ಲೇ ಅದರ ಪರಿಹಾರ
ಭಾಸವಾಯಿತು ನನಗೆ ಒಂದು ಮೋಹಕರೂಪ
ಅನಿಸುತು ನನಗೆ ಕೃಷ್ಣ, ರಾಮ, ಪರಶಿವ ಮತ್ತೆಲ್ಲದರ ಶಕ್ತಿಯ
ಮಿಶ್ರಣವೆಂದು
ಪುಳಕಿತಗೊಂಡ ಆ ಮೋಹಕ ರೂಪಕ್ಕೆ ಸರಿದೂಗುವ ಮೋಹಕ
ಧ್ವನಿಯಿಂದ
ಕರೆದೊಯ್ಯಿತು ನನ್ನನ್ನ ಹಿಂದೆಂದೂ ಅನುಭವಿಸದ ಅನುಭವದೆಡೆಗೆ
ನುಡಿಯಿತು ಆ ಧ್ವನಿ ತತ್ವಮಸಿ, ಅಹಂ ಬ್ರಹ್ಮಾಸ್ಮಿ
ಎಲ್ಲದರಲ್ಲಿ ನಾನು ಎಲ್ಲವು ನನ್ನಲ್ಲಿ
ರಹಸ್ಯವೆಂದರೆ ನಾನು ಭಾಗೀದಾರನಲ್ಲ ನಿನ್ನ ಕರ್ಮಕ್ಕೆ
ಆಯ್ದುಕೊ ನನ್ನ ಭಂಡಾರದಲ್ಲಿರುವ ನಿನ್ನ ಪರಿಹಾರವನ್ನು
ನನ್ನಲ್ಲಿಂದಲೇ ಅವತರಿಸಿದ್ದಾಳೆ ಆ ಸೌಮ್ಯ ಶಕ್ತಿಶಾಲಿ ಯೋಗಮಾಯೆ
ನನ್ನಲ್ಲಿಂದಲೇ ಅವತರಿಸಿದ್ದಾಳೆ ಈ ಪ್ರಪಂಚದಲ್ಲಿ ಸಂಚಲನ ಉಂಟು
ಮಾಡುವ ಆ ಶಕ್ತಿ ಸ್ವರೂಪಿಣಿ
ನಾನೇ ಕರ್ತವಾದರೂ ಬೇಕು ನನಗೆ

ಯೋಗಮಾಯೆ ಮತ್ತು ಆ ಶಕ್ತಿ ಸ್ವರೂಪಿಣಿಯ ಅನುಮತಿ
ತಿಳಿಯಿತೇ ನಿನಗೆ ಈಗ ಆ ಚಿತ್ರಪಟದ ರಹಸ್ಯ
ಜಗನ್ಮಾತೆಯರ ಕರುಣೆಯೇ ನಿನ್ನ ಈ ಪ್ರಪಚನದ ಬುನಾದಿ
ತಿಳಿದುಕೋ,ಸೇವಿಸು,ಗೌರವಿಸು ಆ ಸ್ತ್ರೀ ಸ್ವರೂಪದ ಶಕ್ತಿಯನ್ನು
ಪಡೆಯುವೆ ಈ ಜೀವನದ ರಹಸ್ಯವನ್ನು ಭೇದಿಸುವ ಶಕ್ತಿಯನ್ನು

ಅನುಗ್ರಹ

ನಾನು ಒಂದು ಉದಾಹರಣೆ. ಏನು ತಿಳಿಯದ ಒಂದು ಮಣ್ಣಿನ ಗೊಂಬೆ. ನನ್ನನ್ನು ಕೈ ಹಿಡಿದು ನಡೆಸುತ್ತಲಿರುವರು ನನ್ನ ಪೂಜ್ಯ ಗುರು ಕೃಷ್ಣಾನಂದ. ಕತ್ತಲಿಂದ ಬೆಳಕಿನೆಡೆಗೆ ಕೊಂಡೊಯ್ಯುವ ಶಕ್ತಿ ಆ ಗುರುವೇ ಸರಿ. ನನ್ನ ತಪ್ಪುಗಳನ್ನು ಮನ್ನಿಸಿ,ನನಗೆ ಮಾರ್ಗದರ್ಶನ ನೀಡಿ.

ಓಂ ಸಾಯಿರಾಂ.

www.ingramcontent.com/pod-product-compliance
Lightning Source LLC
LaVergne TN
LVHW041638070526
838199LV00052B/3438
9798889511533